Sorry Ninakaw Ko Ang Pusa Mo

Salamat sa Pagpapakain sa Kanya Habang Wala Ako

Marcy Schaaf

Tagalog

Sorry I Stole Your Cat

Thanks for Feeding Her While I'm Away

Marcy Schaaf

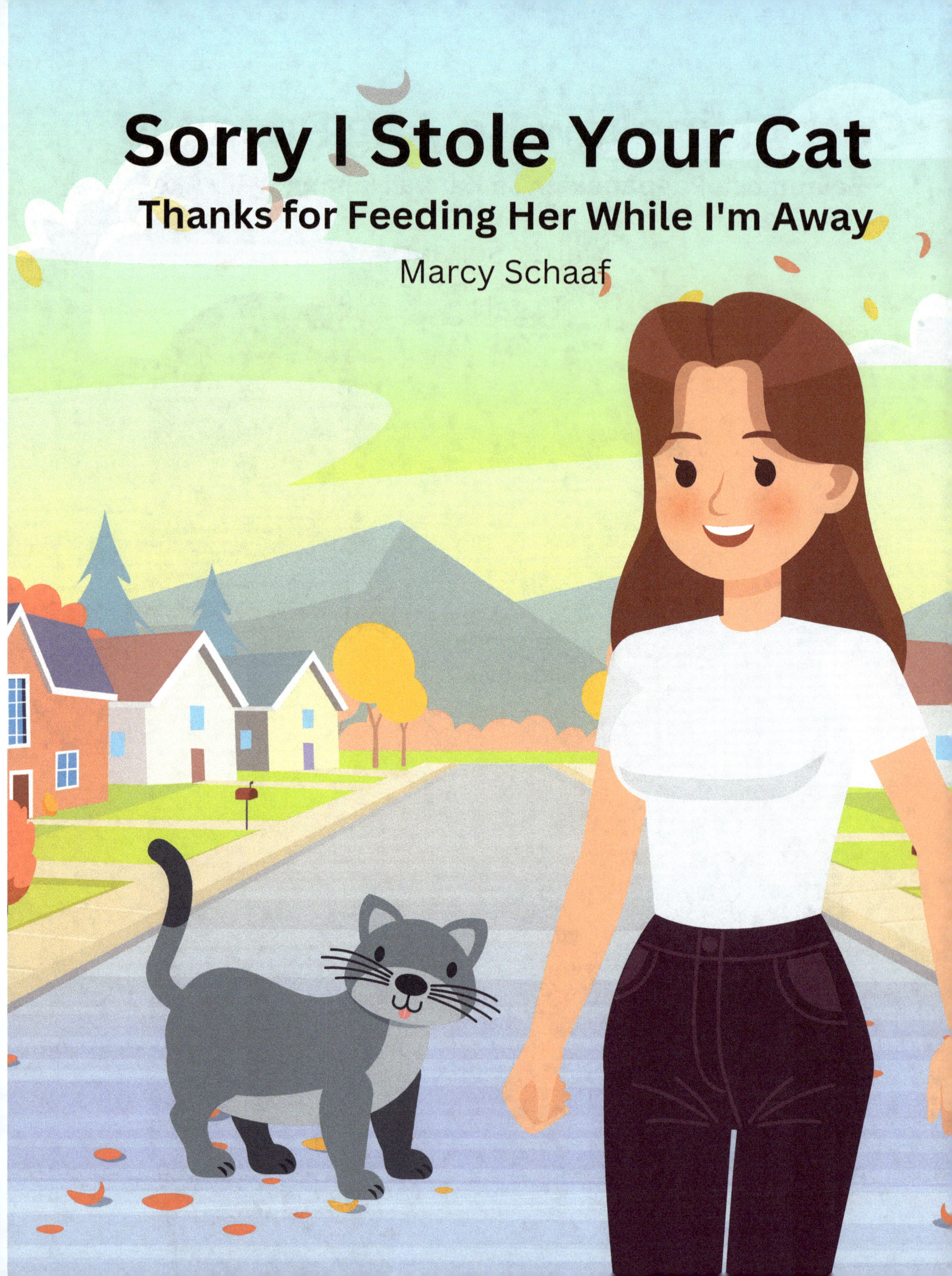

Kilalanin si Delila, ang kaibig-ibig na pusa na ang buhay ay nabago nang hindi inaasahang magkaroon ng bagong tuta ang kanyang pamilya. Sa pakiramdam na naiwan at nabigla, nakahanap si Delila ng bagong tahanan sa tabi ng isang mabait na dalaga. Ngunit nang magbakasyon ang ginang, tumulong ang matandang pamilya ni Delila, at lahat ay natututo ng mahalagang aral tungkol sa pagbabago at pag-ibig.

Paumanhin, Ninakaw Ko ang Iyong Pusa, Salamat sa Pagpapakain sa Kanya Habang Wala Ako ay isang totoong kwento mula sa Pahoa, Hawaii.

Ang kasiya-siyang kuwentong ito ay nagpapakita na kahit magbago ang buhay, mapupuno pa rin ito ng pagmamahal, kaligayahan, at bagong simula.
Samahan si Delila sa kanyang nakakapanabik na pakikipagsapalaran at tuklasin na anuman ang mangyari, okay lang na yakapin ang pagbabago!

Ang aklat na ito ay nakatuon kina Lux at Tula, ang kahanga-hangang mga bata sa tabi.

Salamat sa pagbabahagi ng iyong kahanga-hangang pusa, Delila, na may bukas na puso at pinapayagan ang kanyang pagmamahal na punan ang aking buhay. Ang iyong kabaitan at pang-unawa ay naging kahulugan ng mundo sa aming dalawa. Si Delila ay nagdala ng kagalakan at kaginhawahan sa aking tahanan noong ako ay lubhang nangangailangan nito, at umaasa ako na siya ay nagdala rin ng labis na kaligayahan sa inyo.

Ang buhay ay may isang nakakatawang paraan ng pagsasama-sama sa amin sa mga hindi inaasahang paraan, at lubos akong nagpapasalamat na nagkrus ang aming mga landas. Lux at Tula, ang iyong pagkabukas-palad at pagmamahal ang gumawa ng lahat ng pagkakaiba, at para doon, ako ay nagpapasalamat magpakailanman.

Ang iyong kaibigan at Kapitbahay, si Marcy Schaaf

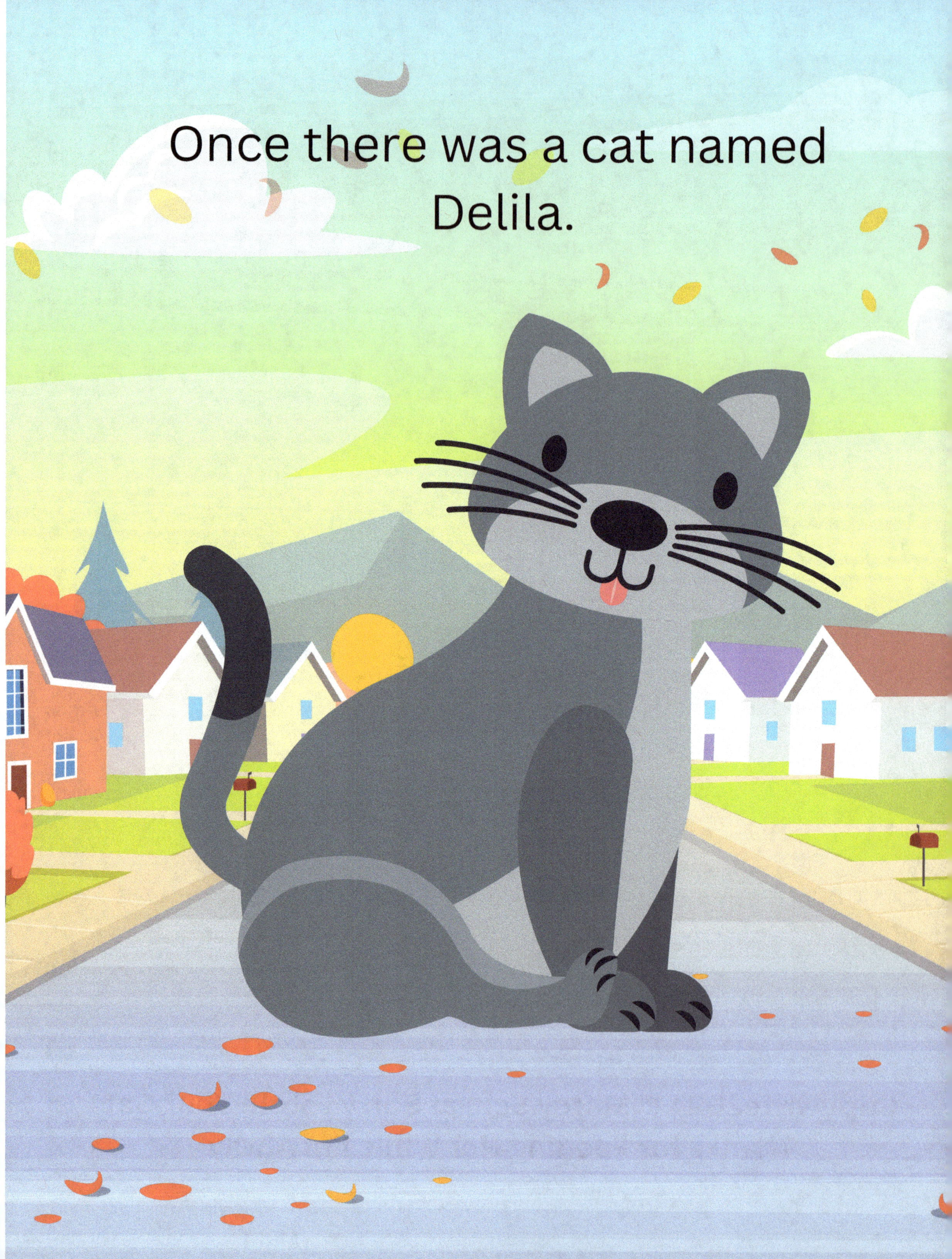

Once there was a cat named Delila.

Minsan may isang pusa na nagngangalang Delila.

She lived with a family of four.

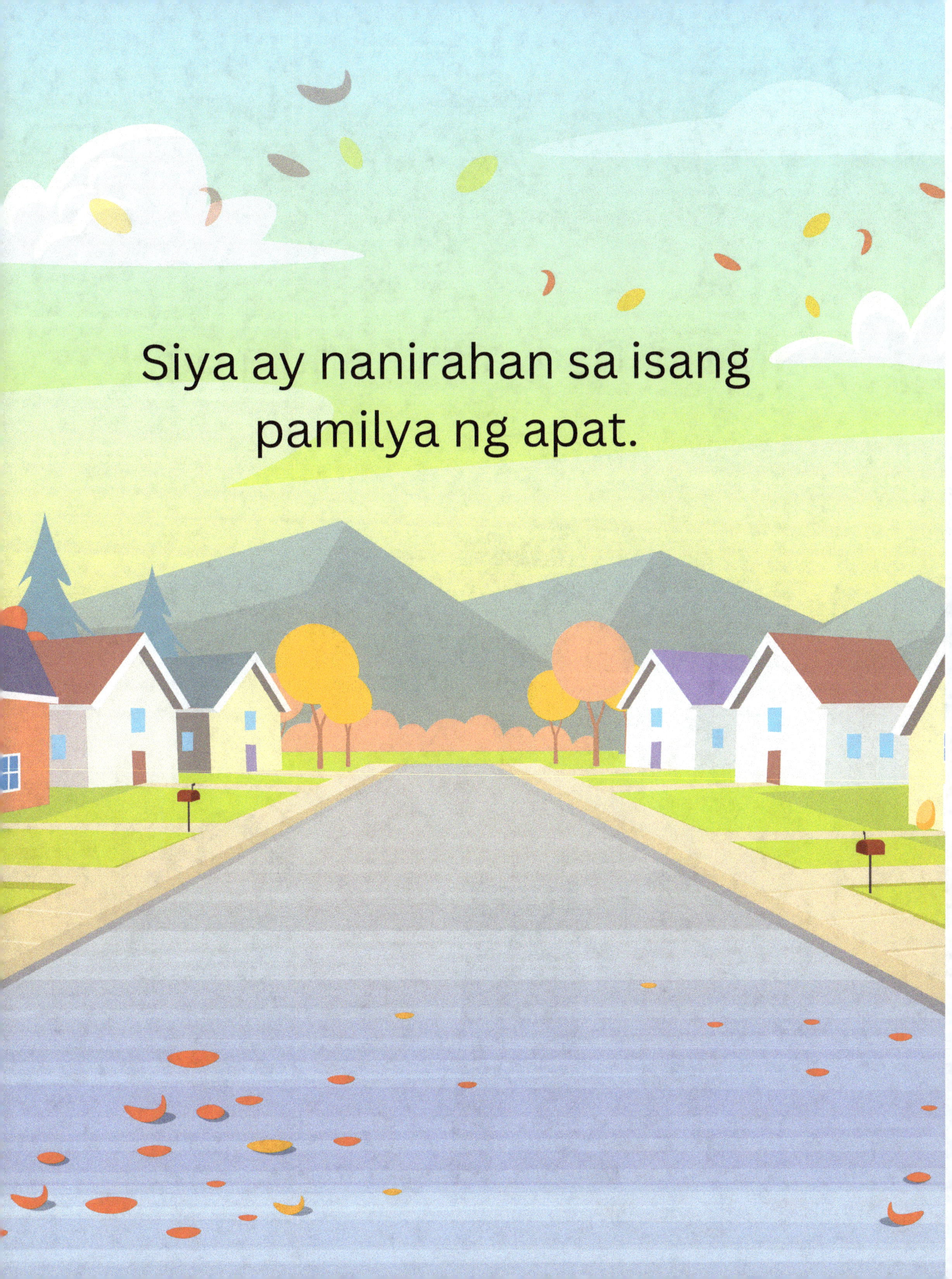

Siya ay nanirahan sa isang pamilya ng apat.

Mom, Dad, a girl, and a boy.

Nanay, Tatay, babae, at lalaki.

One day
they got a new puppy.

Isang araw nagkaroon
sila ng bagong tuta.

The puppy ate Delila's food.

Kinain ng tuta ang pagkain ni Delila.

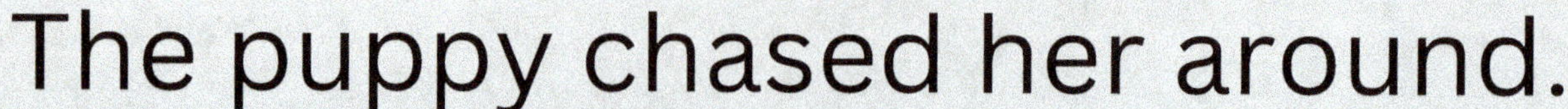
The puppy chased her around.

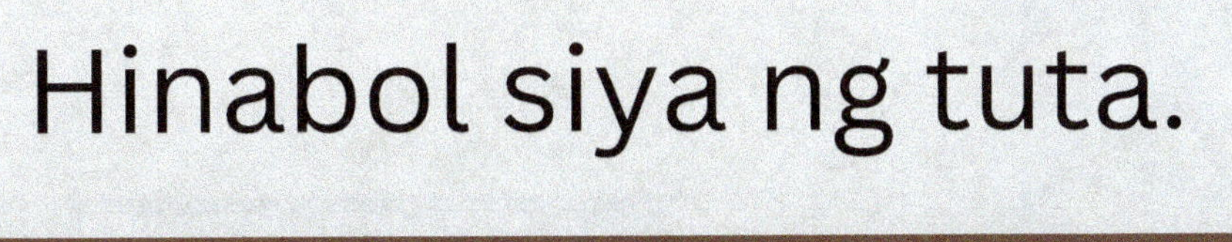

Hinabol siya ng tuta.

It even took her spot in bed!

Nakuha pa nito ang pwesto niya sa kama!

Delila was old and
didn't wanna play with the puppy.

Matanda na si Delila at ayaw makipaglaro sa tuta.

She found a peaceful
home next door.

Nakahanap siya ng tahimik na bahay sa tabi.

A lady lived there alone.

Isang babae ang nakatira doon mag-isa.

The lady planted catnip for Delila.

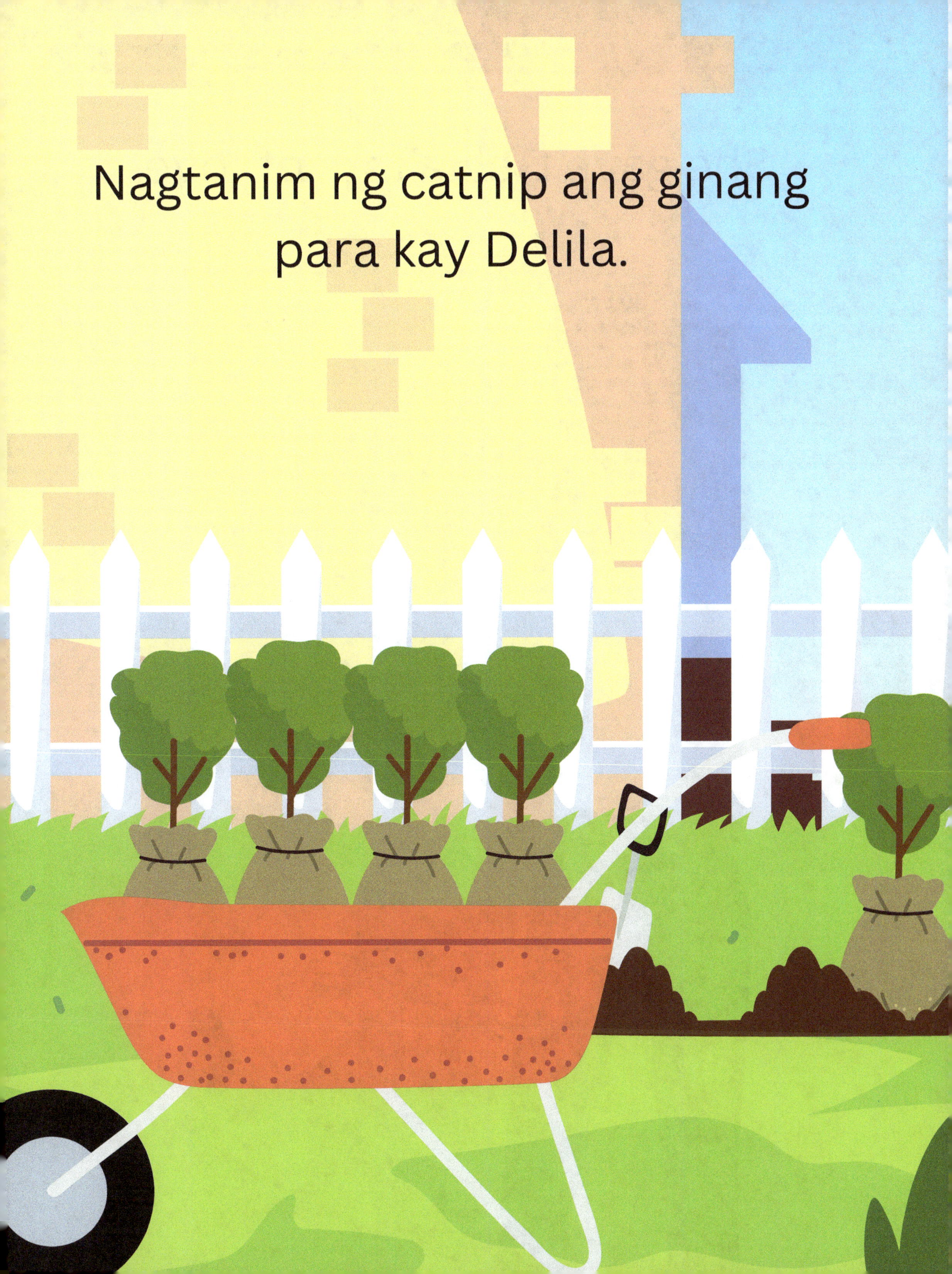

Nagtanim ng catnip ang ginang para kay Delila.

She gave Delila lots of love.

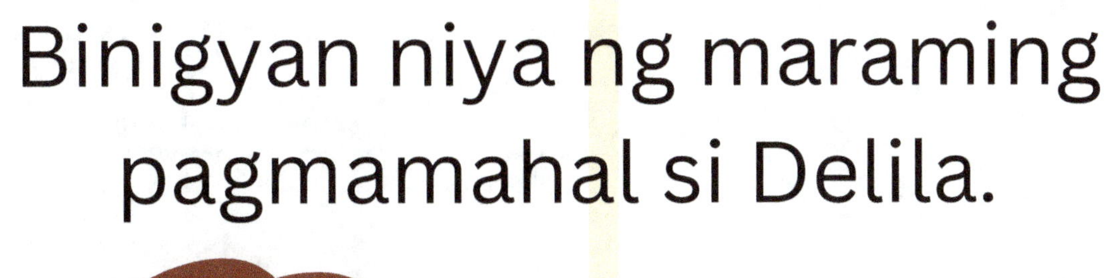

Binigyan niya ng maraming pagmamahal si Delila.

Delila had a new comfy spot.

In the lady's master bedroom.

Si Delila ay nagkaroon ng bagong komportableng lugar.

Sa master bedroom ng lady.

One day the lady went on vacation.

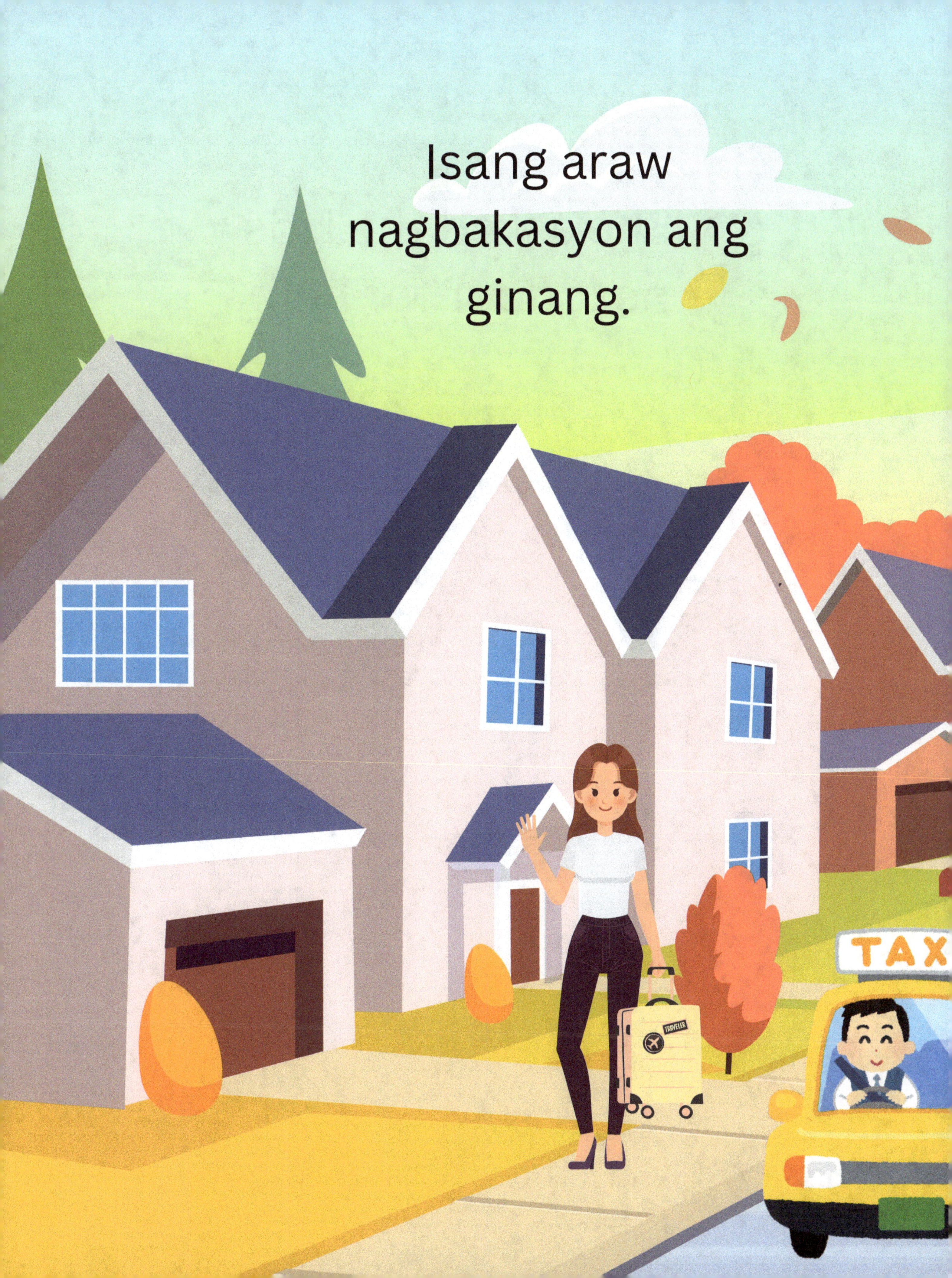

Isang araw nagbakasyon ang ginang.

She asked the kids
next door for help.

Humingi siya ng
tulong sa mga
bata sa tabi.

"**Sorry I stole your cat,**" she said.

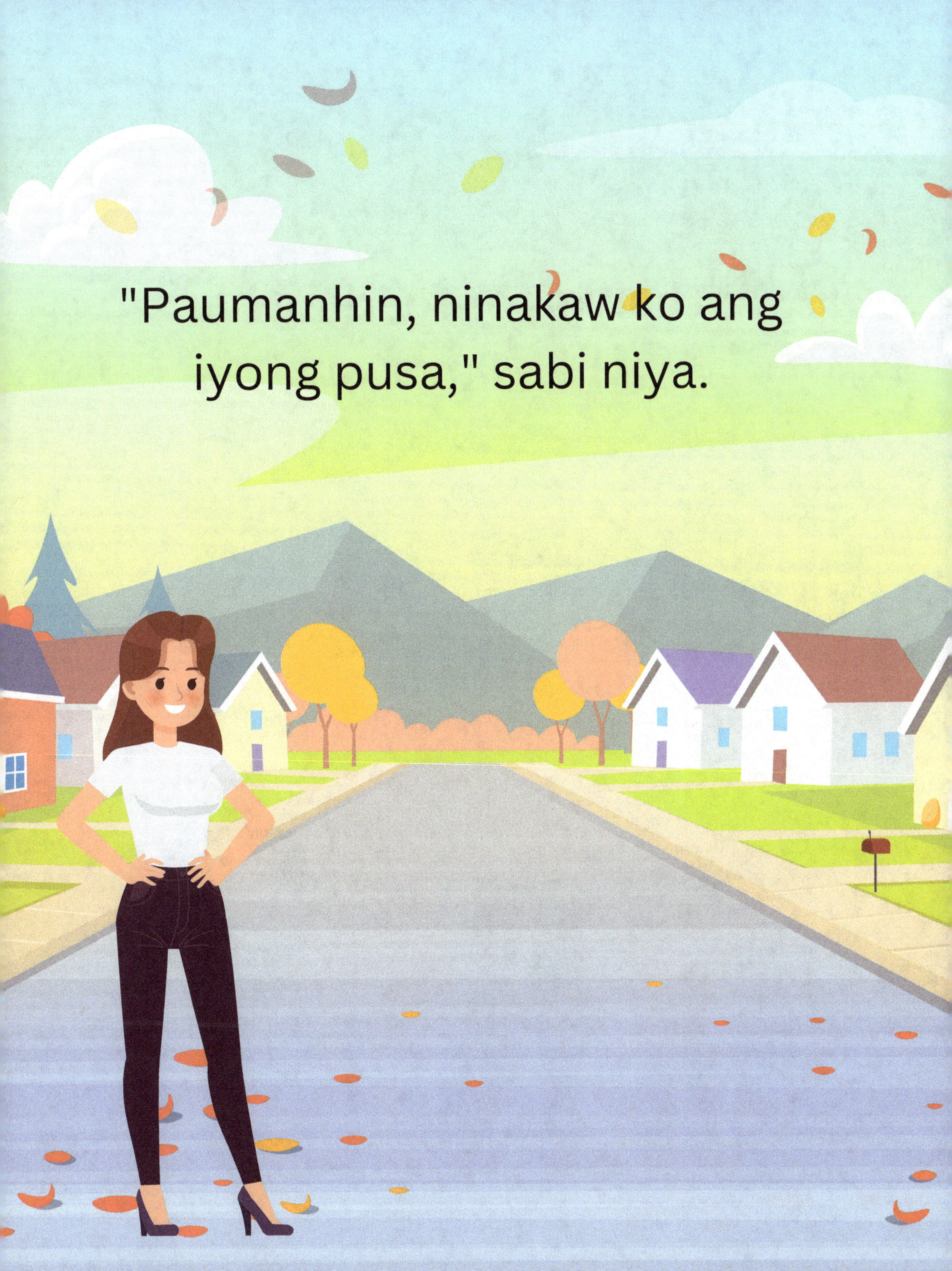

"Paumanhin, ninakaw ko ang iyong pusa," sabi niya.

"Thanks for feeding her while I'm away."

"Salamat sa
pagpapakain sa kanya
habang wala ako."

The kids missed Delila.

Na-miss ng mga bata
si Delila.

They were happy to help.

Masaya silang tumulong.

They fed Delila every day.

Araw-araw nilang pinapakain si Delila.

They played with her, too.

Nakipaglaro din sila sa kanya.

Delila felt loved and happy.

Nadama ni Delila ang pagmamahal at kaligayahan.

She had the best of both worlds.

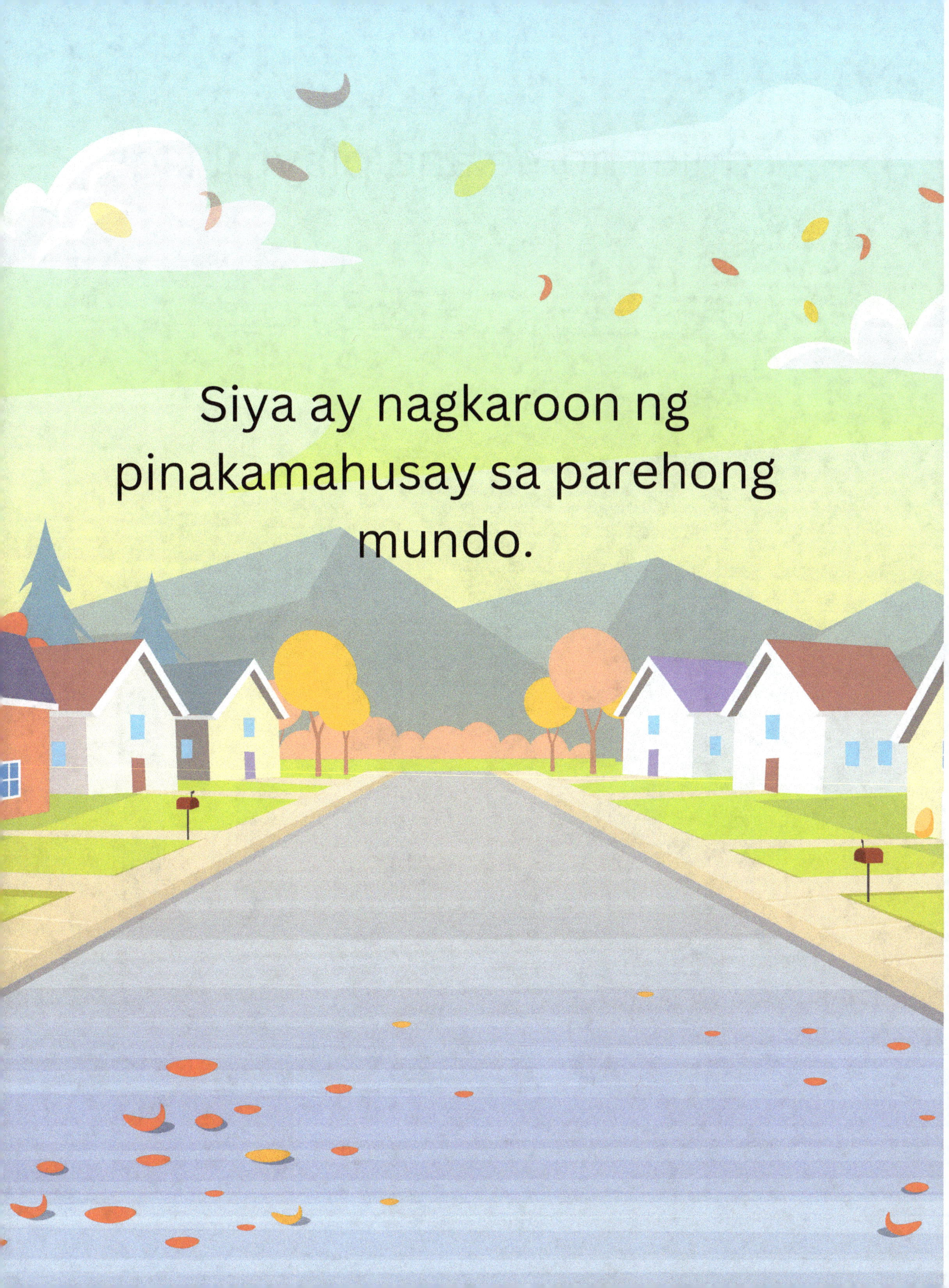

Siya ay nagkaroon ng pinakamahusay sa parehong mundo.

A quiet home and playful kids.

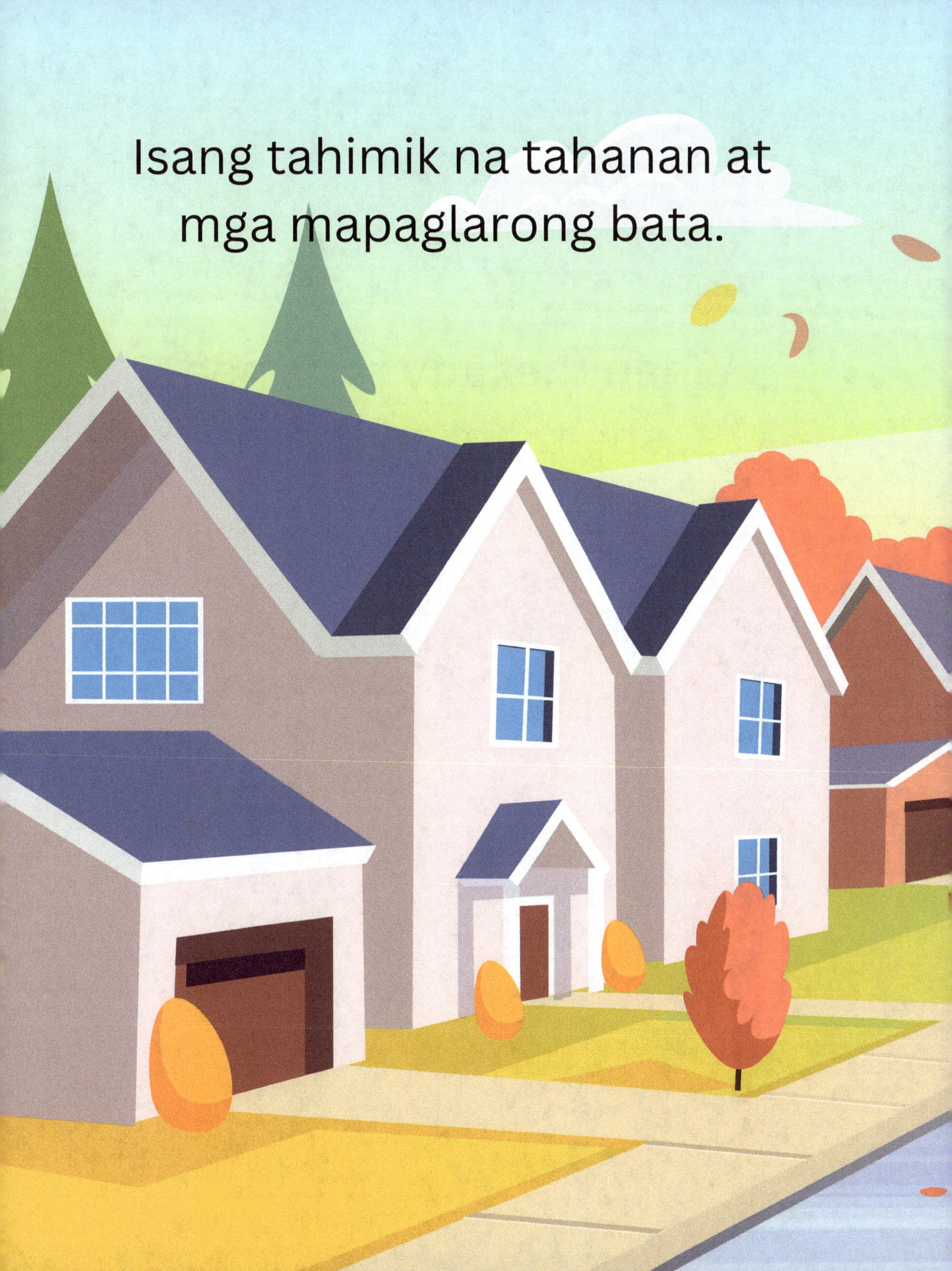

Isang tahimik na tahanan at mga mapaglarong bata.

When the lady returned,
she thanked them.

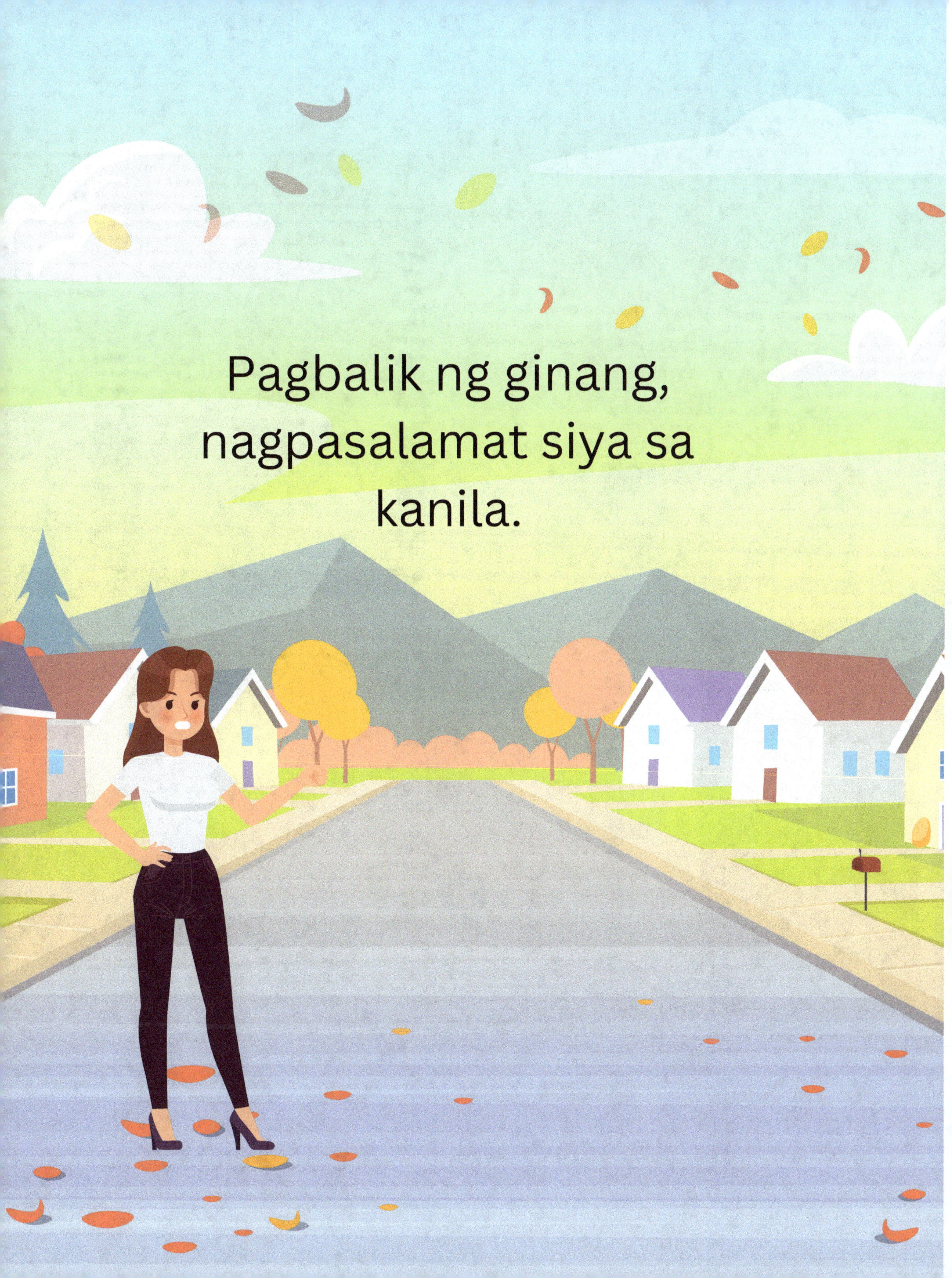

Pagbalik ng ginang, nagpasalamat siya sa kanila.

Delila purred contentedly.

She was right where
she should be!

Kuntentong bumulong si Delila.

Tama siya kung saan
siya dapat naroroon!

Life changes sometimes
and that's okay.

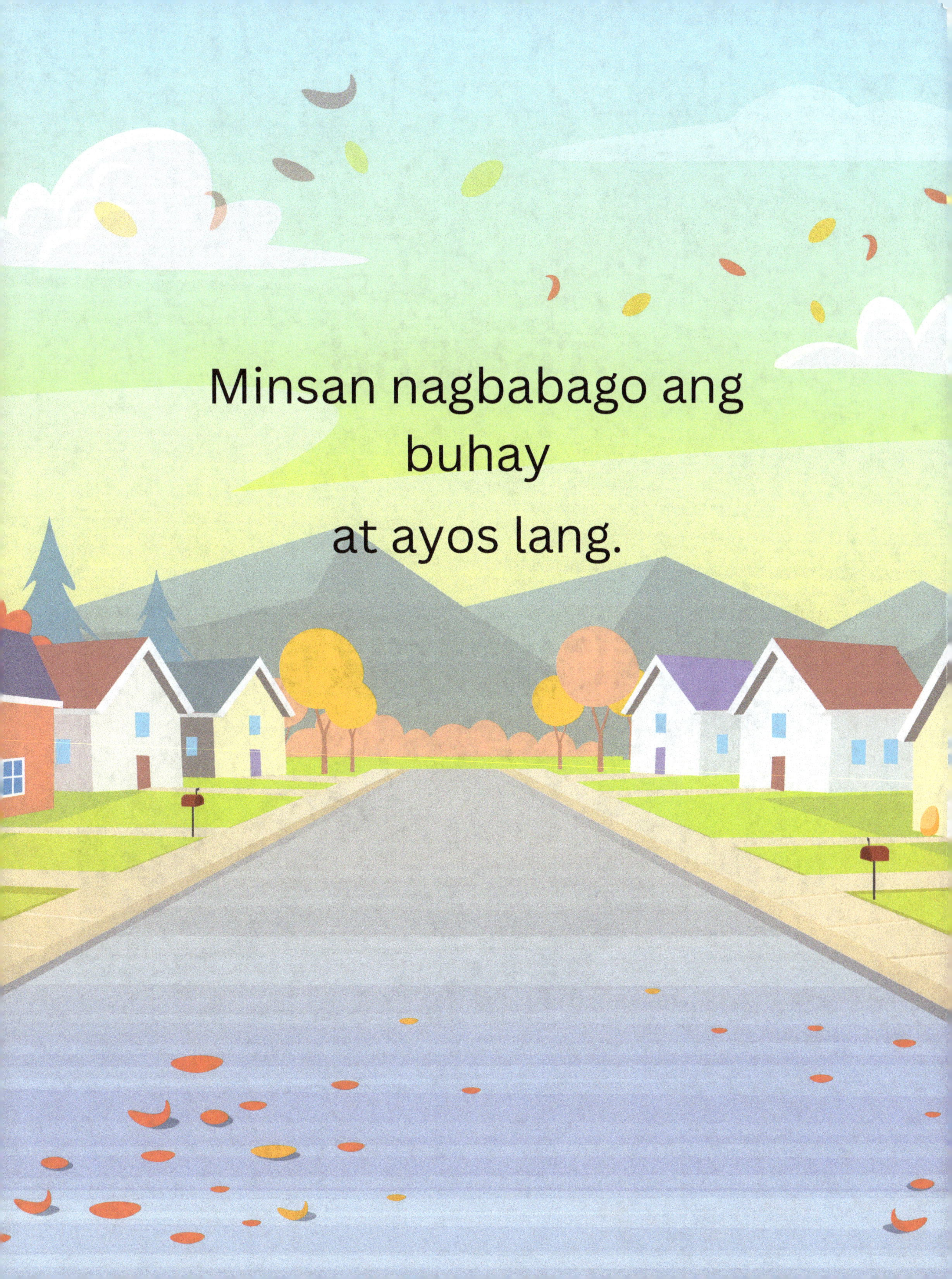

Minsan nagbabago ang
buhay
at ayos lang.

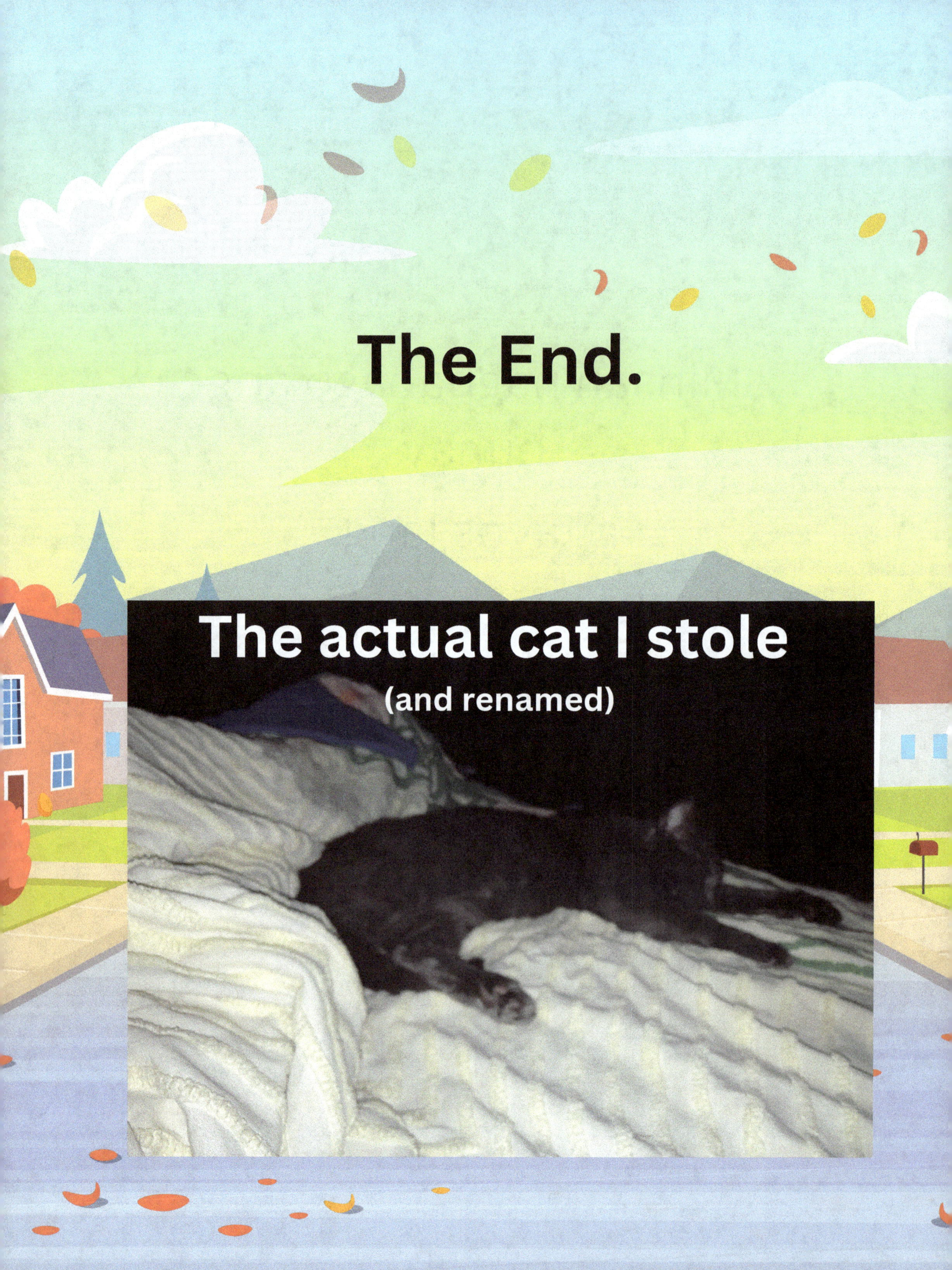
The End.
The actual cat I stole
(and renamed)

Ang Katapusan.

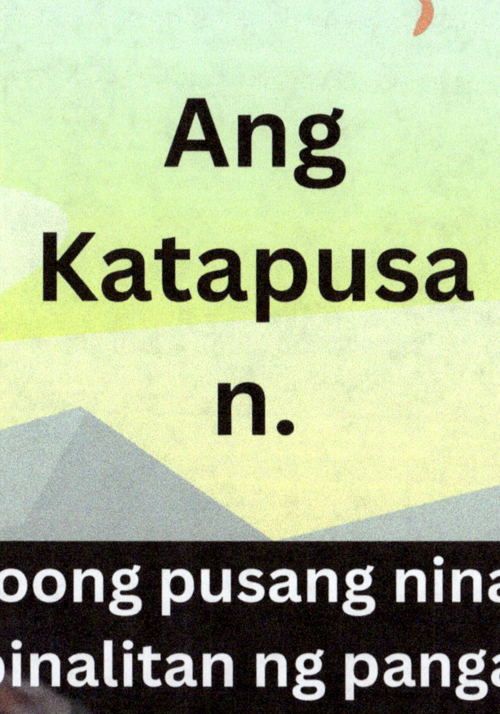

Ang totoong pusang ninakaw ko (at pinalitan ng pangalan)

The real kids next door

Books By Schaaf

www.BookBySchaaf.com

Find us at:

www.ingramcontent.com/pod-product-compliance
Lightning Source LLC
LaVergne TN
LVHW060825170826
845678LV00010B/1911

* 9 7 9 8 3 3 0 4 6 4 0 5 0 *